உன் நினைவில் என் வரிகள்

பாலன்.கா

aelay publish

உன் நினைவில் என் வரிகள்

கவிதை
ஆசிரியர் : பாலன்.கா 2022 ©
முதல் பதிப்பு : அக்டோபர் 2022
வெளியீடு : ஏலே பதிப்பகம்
5/175, பாத்திமா நகர், கூத்தென்குழி,
திருநெல்வேலி - 627104
தொடர்புக்கு : +91 9944992571

Un ninaivil en varikal

Poetry

First Edition : October 2022
Pages: 77
ISBN : 978-93-5533-642-2
Aelay Publish
Contact : +91 9944992571
Designed by : Aelay publish team

முன்னுரை

என் அன்பின் அமிர்தமே, இது உனக்கான முதல் படைப்பு. உன்னை நான் பிரிந்து நினைவால் வாடுகிறேன். உன் அழகு, அன்பு, பற்றி பலவற்றையும் ஒப்பிட்டு எழுதி உள்ளேன்...

நான் எழுதிய "உன் நினைவில் என் வரிகள்" ஒவ்வொரு கவிதையிலும் என் கண்ணீர் துளிகள் கலந்திருக்கும். இந்த கவிதைகள் அனைத்தும் கற்பனை அல்ல, ஆம் நம் நினைவுகளே வரிகளாக்கப்பட்டது. தொடர்ந்துக் கொண்டே செல்லும் என் பயணம் உன் நினைவுகளை கொண்டு...

By
Balan.K

இணைந்த இதயம்

என் உயிரே...
நான் இரவுக்கு ஏங்கினேன் – எதற்க்கு
உன்னை கனவில் காண்பதற்க்கு – ஆனால்
நான் என் கண்ணீரையே காண்கிறேன் – நீ
எனக்கு கொடுத்த நினைவுகள் ஆயிரம் –அதுவே
என் வாழக்கையின் பாய்மரம் – ஆனால்
கடல் நீரில் பயணிக்கவில்லை – என்
கண்ணீரில் பயணிக்கிறேன் – உன்னை
நினைக்க, நினைக்க வரிகள் வந்து கொண்டே
இருக்கிறது ஆனால்
எழுதுவதற்கு, எழுது கோலில் மையும் இல்லை,
எழுதுவதற்கு, இடமும் இல்லை – என்
நினைவின் செல்வமே... !

இரட்டை நிலா

நிலா என்னிடம் கேட்டது ஏன் என்னை
ரசிக்க மாட்டாயா என்று... ?
அதற்கு நான் என்னுடன் இருக்கும்
நிலவை கண்களால் அலங்கரித்துக்
கொண்டு இருக்கிறேன்
அதற்கு நிலா கோபமுற்று, என் நிலவை
விண்ணில் நட்சத்திரங்களாக ஒளிரவிட்டது
நான் அப்பொழுதும், உன்னை விட – உன்
அழகுக்கு காரணமான என் நட்சத்திரமே
அழகின் அழகு...

பௌர்ணமியின் பொக்கிஷம்

அழகிய நிலவே,
உன் பார்வையில் பார்த்தேன் பாசத்தை
உன் பேச்சில் கண்டேன் காவியத்தை
உன் சிரிப்பிலே கேட்டேன் குயிலின் ஓசையை
உன் அழகிலே கண்டேனடி அமிர்தத்தை...
உன் முகத்தின் வடிவத்தில் கண்டேன் நிலவாக..
நான் உன்னை கண்டதால் என்னவோ – நீ
அம்மாவாசையாக மறைந்து போனாய் – உன்னை
நான் மீண்டும் காண வருவாயா
பௌர்ணமியாக...
-என் பௌர்ணமியின் நிலவே .. ?

நான் பயணித்த பேருந்து

நீ பள்ளிக்கு நடந்து சென்றாய் – நான்
என்னை மறந்து சென்றேன் – நீ
பேருந்தில் பயணிக்க – என்
மனம் உன்னில் பயணிக்கிறது – நான்
காதல் என்ற பயணச் சீட்டை கொடுத்தேன் – நீ
காசு என்ற கல்யாண சீட்டை கொடுத்தாய் – ஆனால்
சோதனையாளர் சோதித்த போது பயண சீட்டு
வைத்திருந்த நீ பயணித்தாய் – ஆனால்
கல்யாண சீட்டு வைத்திருந்த நான் காணாம்
போனேன்,
பிறகு தான் தெரிந்தது – என்னை
காப்பாற்ற நீ தான் காணாமல் போனாய் – என்
இதயமே... !

என் உயிர் எழுத்துக்கள்

என் தேவதையே...
நீ என்னை நினைக்கவில்லை – நான்
உன்னை மறக்கவில்லை – பகலில்
நிலவு தெரிவதில்லை – என்
கனவில் நீ வருவதில்லை – இருப்பினும்
உன்னை நான் காண்கிறேன், எப்படி.. ?
என் உயிர் எழுத்துக்களின் மூலமாக – என்
வைரமே .... !

நிலவின் நிழற்படம்

அன்று

இரவு நேரம், மனதின் ஓரம் – அப்போது
நிலவின் அழகைக் கண்டேன் – ஆனால்
தெரிந்தது என்னமோ – உன்
முகம் மட்டுமே....
கண்சிமிட்டாமல் ரசித்தேன் – இப்போது

இன்று

இரவு நேரம், மனதில் காயம் - இப்போது
நிலவின் அழகை கண்டேன் - ஆனால்
தெரிந்தது என்னமோ உன் நினைவுகளை
நிழற் படங்களாக மட்டுமே....
கண்சிமிட்டாமல் ரசித்த என்னை - கண்ணீர்
துளிகளோடு
கவிதை எழுதிய வைத்து விட்டாய் - என் !
கண்ணம்மா ...

உன் ஓசையில் கண்ட ஓவியம்

என் கைபேசியில் உன் ஓசையில் - நாம்
தொலைந்த இரவுகள் பல - இவை
தொலைந்து போனாலும் - உன்
ஓசை காதில் ஒலித்துக் கொண்டே இருக்கிறது
ஓவியமே.. !

தனிமை

என் அன்பே, நீ இல்லாததால் - நான்
நடு கடலில் தவித்து விடப்பட்ட
படகு போன்று - உன்
நினைவில் மிதக்கிறேன் - நீ
வருவாயா வழிகாட்டியாக .... !

என் கனவில் நீ

காவியம் தோற்றது
காதலும் தோற்றது
நீரும் தோற்றது
நிலமும் தோற்றது
கனவாய் நீ இருந்தாய்
காதலனாய் நான் இருந்தேன் .... ஏனோ
நீ ஏன் காணல் நீராய்
மறைந்தாயடி.... !

துடைக்க துடிக்கும் கை.... !

நான் நானாக இல்லை ஏனென்றால் - நீ
என்னுடன் இல்லை...
நீ இருந்தால் நான் உன்னுடன் இருந்திருப்பேன் -
ஆனால்
இப்போது உன் நினைவிலே இருக்கிறேன்...
உன் நினைவை என்னால் மறக்க இயலாது – நான்
அப்படி மறந்தால் என்னை நினைக்க இயலாது ...
என் கண்களால் உன் விழியை பார்த்தேன்
என் விழி தெரிந்தது – நீ
என் விழியை பார் கண்ணீர் நிறைந்தது.
நிற்கிறது.... !- நீ
எப்போது வருவவை துடைப்பதற்க்கு – என்
கண்ணமா.. !

கதைக்குள் கதை

நீ நூலகத்திற்கு சென்றாய் – நான்
நூல் பிடித்து சென்றேன்
நீ கதைப் படித்தாய் - நான்
காவியம் படைத்தேன்
நான் காவியம் படைக்க – நீ
விண்ணில் பறக்க...
விரைந்து வந்தேன் – ஏனோ
நீ விட்டு சென்றாய் ..... ?

தூக்கத்தை தூக்கிச் சென்றாய்

உன்னை பார்க்க சூரியன் துடிக்க
கண்ணை பார்க்க காவியம் படைக்க
காவியம் கனவாக போக – நீ
என் நினைவாக மாற
நினைத்து நினைத்து நான் உருக – நீ
வருவாயா உருவமாக்க.. ?
கடல் நீரில் கரைக்கப்பட்ட உப்பை போன்று –
கடவுள்
நம் மனை இணைத்து விட்டான் – அன்று முதல்
உன்னை விரும்பிய எனக்கு – மீண்டும் மீண்டும்
தூக்கம் என்னும் தூங்கா வரத்தையே
பரிசளித்துச் சென்றாய்... !

கடந்த நாட்கள்

அன்பின் அமிர்தமே, சென்ற நாட்களை நினைத்து பார்
நினைவுகளும் வரும், கண்ணீரும் வரும்
கண்ணீரை துடைத்து விட்டேன் – ஆனால்
நினைவுகளை துடைக்க மாட்டேன் – நான்
உன்னிடம் கண்ட கனவுகள், மேகங்களாக
கலைந்து – போனாலும்
என் வரிகள் காவியமாக நான் படைத்தேன் – நீ
மீண்டும் வாருவாய படிப்பதற்கு – என்
காவியதனின் மகளே... !

மாயக்கதில் மாயம்

சூரியனின் சிரிப்பில் மயங்காத – நான்
உன் பார்வையில் மயங்கினேன்
புல்லாங்குழலின் ஓசையில் விழித்து
உன்னைக் கண்டேன் – நான்
கண்டதும், காற்றில் ஓவியமாக – ஏன்
கரைந்து சென்றாய் ... ?

நிலவின் சாட்சி

என் கண்ணம்மா
கடல் நீரால் சூழ்ந்துள்ளது உலகம் – என்
கண்ணீரால் சூழ்ந்துள்ளது மனம்
கடல் நீரும் உப்புதான் – என்
கண்ணீரும் உப்புதான் – ஆனாலும்
கடல் நீர் வற்றவில்லை – என்
கண்ணீரும் நிற்கவில்லை – தினமும்
கடந்தது பல இரவுகள்
கண்ணீரோடும், நினைவுகளோடும் – வேணுமென்றால்
உன் நிலவிடம் கேட்டுப்பார், நான் என்ன
நினைத்தேன் என்று கூறும்
உன் நட்சத்திரா தோழியுடனும் கேட்டுப்பார் –
நான்
யாரென்று கூறும்
உன் நினைவுகள் வானத்தை போன்று
எல்லையற்றது – ஆனாலும்
கண்ணீரில் நீந்தி உன் கரம் பிடிப்பேன் – என்
கண்மணியே

காதல் என்ற காவியம்

காதல் உனக்கு படைத்தேன் – நீ
படித்தாய், சிரித்தாய் – ஆனால்
அதில் இருக்கும் உண்மை வரிகளை – நீ
சிந்திக்கவில்லை
இப்பொழுது உன் நினைவுகளை தவிர – வேறு
சிந்தனை இல்லையே
உன் நினைவுகள் இருக்கும்வரை – என்
கண்ணீர் வரிகள் நிற்காது – என்
கண்மணியே !

மறைந்த நிழல்

உன்னை மறக்க நினைத்தேன் – ஏனோ
என்னை மறந்து போனேன்
உன்னை காண நான் எங்கும் வருவேன் – ஏனோ
நான் உன் நிழலடி – நான்
உன்னை தொலைத்தால் என்னவோ
நானும் தொலைந்து போனேன் – நான்
தொலைந்தாலும் நம் நினைவுகள்
என்றும் தொலையாது என் கண்மணியே !

காதல் கனவு

கடலில் கரைந்த காவியமே
மனதில் மறைந்த ஓவியமே
மறைந்த மானே- என்
இனிய தேனே
உன்னை சுவைக்க வந்தேன் – ஏனோ
நீ அமிர்தம் என்று
இறைவன் எடுத்துக் கொண்டான்

நீங்காத நினைவுகள்

நீ காற்றில் கரைந்தாய் – நான்
உன்னுள் கரைந்தேன்
உன்னை தேடினேன் நீ எங்கும் இருக்கிறாய் –
ஆனால்
நான் உன்னுள் மட்டுமே இருக்கிறேன்
உன்னை நினைக்க மனம் ஏங்குதடி
உன்னை காண கண்கள் கலங்குதடி- ஏனோ
நீ என்னை பிரிந்து சென்றதால்
நீ என்னை பிரிந்தாலும் – உன் நினைவுகள்
என்றும் பிரியாது என் அன்பே

முடிந்த பாதை தொடர ஆசை

முதலில் யாரோவாக பார்த்தாய் – பிறகு
உன் தோழனாக பார்த்தாய் – பிறகு
என் தலை சாய்க்க தோல் கொடுத்தாய் – பிறகு
உன் காதலனாக பார்த்தாய் – பிறகு
உன் காவலனாக பார்த்தாய் – பிறகு
உன் கணவனாக பார்த்தாய் – பிறகு
உன் பாதியாக பார்த்தாய் – பிறகு
நீ, நான் என் பார்த்தாய் – பார்த்துக்கொண்டே
பாதியில் விட்டுச் சென்றாய் – மீண்டும்
நம் பயணம் தொடர தினம் – என்
கரங்களால் நிலவிடம் வணங்குகிறேன் – என்
கலைந்த காவியமே

நினைவுகளும் நானும்

நினைவுகளிருந்து மீள நினைத்தேன் – ஆனால்
நீ நீங்கினாலும் நினைவு நீங்கவில்லை
கனவு கலைந்து போனாலும், உன் மீது
கொண்ட அன்பு காதல் கலைந்து போகாது – நான்
உன்னை கண்டதும் காதல் கொள்ளவில்லை – நான்
உன்னிடல் என் மீது காதல் இருக்கிறதா என்று –
தெரிந்த
பிறகே காதல் கொண்டேன்- தெரிந்ததும்
என்னை உனக்கு யார் என்று தெரிய வைத்தேன் – நீ
தெரிந்து கொண்டாய், புரிந்து கொண்டாய் – ஆனால்
பொறுமை என்ற பொறுப்பை மறந்து போனாய் –
இப்போ
என்னையும் மறந்து போனாயே – என்
கோப்புரந்தேவியே !

வாழ்க்கையின் வாழை

என் கடந்த கால நிகழ்வை வாழையோடு
ஒப்பிட்டு கவிஞர் கூறுகிறார்
இவ் அமைதியான உலகில் அசைந்தாடுகிறது
வாழை மரம், வாழை மரத்திற்கு ஆனந்தம்
ஒவ்வொரு இலைகளாக மரம் துளிர விட
வெகு நாட்கள் ஆயின
ஒரு நாள் முழு வாழை மரமாக, வளர்ந்து
பூவும், பழமும் வளர்ச்சி அடைய தொடங்கியது –
நான்
காலையில் பார்க்க சென்றேன்
மரமானது மண்ணில் மாய்ந்து கிடந்ததை கண்டு
அதிர்ச்சி அடைந்தான்
அவன் கண்ட ஆசைகள் மண்ணில் புதைந்தாலும்
நினைவுகள் அதன் வேர்கள் போன்று என்றும்
அழியாது... !

கலைந்த கார்மேகம்

நிலவே நிலவே – நீ
தான் என் கனவே
கனவே கனவே – நீ
தான் என்றும் என் உறவே
உறவே உறவே – உன்னை
நான் எப்படி மறவேன்
மறவேன் மறவேன் – உன்னை
பார்த்ததும் நான் என்னை மறவேன்

துளிகளில் நினைவுகள்

நினைக்க நினைக்க வருவது
நினைவுகள் மட்டும் அல்ல
அதில் நிறைய கண்ணீர் துளிகளும் கூட
என் கண்ணீர் துளிகள் கீழே விழும்
ஒவ்வொரு துளிகளிலும் உன்
நினைவுகளும், உன்
நிலவு போன்று முகத்தையும் அதில்
காண்கிறேன்.
அதில் உன்னை காண்பதற்காகவே,
கண்கள் தனது நீரை
எனக்கு கேட்காமலே தருகிறது
நான் போகும் ஒவ்வொரு இடமும்
நினைவுகாகிறது
நீ என் இதயமாகிறாய் !
நீ இல்லை என்றாலும், உன்
நினைவுகள்
இதயத்தில் நிறைந்து இருக்கிறது !

காதல் கண்ணாடி

என் கண்ணாடியின் காவியமே – தினம்
என்னை உன்னில் – காண்கிறேன் – உன்
மாயக் கண்ணாடியில், என்னை கண்டபின் – நான்
காணாமல் போகிறேன் – என்னை
தேடி நீ வருவாயாக !

யாரடி நீ !

உன்னை இவ்வுலகம் இழந்ததால் ?
கடல் நீர் காணாமல் போனது !
கரை கரைந்து போனது !
மழை நின்று போனது !
வெயில் வெளுத்து போனது !
குயிலின் குரல் குறைந்து போனது !
நான் மறத்து போனேன் – நீ
மறந்து போனாய் !
நான் கனவில் காண்கிறேன் – என்னவளே
யாரடி நீ ?

மெய் எழுத்து

என்னவளை காணும் போதல்லாம் – நான்
கவிஞன் ஆகிறேன் – உன்
அருகில் நான் இருக்க தொலைந்து போகிறேன் – என்
எழுத்துக்கள் மெய்யா என வியந்து பார்க்கிறேன்
பெண்ணே உன்னை கண்டதும், நான் – சிலையாய்
உடைந்து போகிறேன் – என்
மெய் எழுத்துக்களை நீ, உயிர் எழுத்துகளாக மாற்றி
உடைந்து போன என்னை மீண்டும் உருவமாக்க – நீ
வருவாயா ?

கனவில் நீ நினைவில் நான்

தினம் தினம்
இரவில் தூக்கம் தொலைந்தது
பகலில் நான் தொலைந்தேன்
நிஜத்தில் நீ தொலைந்தாய்
நினைவில் நான் தொலைந்தேன்
தேடினேன், தேடினேன் எங்கும்
நீ இல்லை – இருந்தாலும் – என்றும்
நான் ஓயவில்லை – நான்
உன்னை மறக்கயில் நான் – உன்
அருகில் உறங்கி கொண்டிருப்பேன் – என்
அமிர்தமே !

தொடரும்

என் காவியத்துக்கு விடுப்பு
கொடுத்துவிட்டு நீ சென்றாலும்
உன் நினைவுகளை உரமிட்டு
உயிர் கொடுப்பேனடி – என்
உயர்ந்த கோப்பெருந்தேவியே !

தாமரையின் அழகு

அன்பே, என் மதியில் இருக்கும் – உன்
தாமரை முகத்தை அப்படியே,
வதங்காமலும், அழகாகவும், புன்னகை
குறையாமல்
உன் அருகில் அமர்ந்து பார்த்து ரசிக்க – உன்
தாமரை இலையினை தருவாயா ? – என்
தாமரையே ?

நான் சந்தித்த வேளையில்

ஒற்றை நட்சத்திரம் ஒன்று – என்னை
பார்த்து சிரித்த வேளையில்
என்னவளை நினைத்து – அதன்
மறு உருவத்தை அதற்கு – என்
கண்ணிலே காண்பித்தேன்.

நீ எங்கு சென்றாய்

கண்கள் பலவற்றை பார்க்கும் – ஆனால்
அதில் அழகில்லை,
காது பலவற்றை கேட்கும் – ஆனால்
அதில் இனிமை இல்லை,
வாய் பலவற்றை பேசும் – ஆனால்
அதில் உண்மை இல்லை
மனம் பலவற்றை நினைக்கும் – ஆனால்
அதில் என் சிந்தனையே இல்லை – இவை
அனைத்தும் தேடும் உன்னை – ஆனால்
என்னுடன் நீ இல்லை

மின் தேவதையின் மின் இணைப்பு

என் மின் தேவதையே – நீ
என்னை பார்க்கையில் மனதில்
மின்சாரம் பாய்ந்து போன்று ஓர் உணர்ச்சி – சற்று
உன் மின் இணைப்புடன் என் இணைப்பையும்
இணைந்து, ஒரே கம்பியில் பயணிப்போமா

தேன் சுவைக்கும் தேனீ

தாமரை போன்ற மலர்ந்த – உன்
முகத்தை தேனீக்கள் தேனை,
சுவைக்கும் முன், தேவன் – ஆகிய
நான் உன்னை பறித்துக்கொள்வேன்

நிலையில்லா நிமிடம்

வானுக்கு எல்லை இல்லை,
கடலுக்கு நிலை இல்லை,
புவிக்கு புடிப்பில்லை,
எனக்கு நீ இல்லை – அன்றிலிருந்து
நானும் இவ்வுலகிற்க்கு இல்லை.

வணங்கும் தெய்வம்

சூரியனின் சிரிப்பை கண்டு – நான்
ஆழ, கன நேரத்தில் – சட்டென்று
பறவைகள் கூச்சலிட, காற்று கரை தேட,
வானத்தில் தீ பொறி பறக்க,
பருத்தி பஞ்செல்லாம் கருக,
புவியின் பசுமை தெய்வங்கள் விட்ட
கண்ணீரெல்லாம், மாரியாக புவியை
பசுமையில் பூக்க செய்யும், என்
புவியின் பொன்னாடையே – உன்னை
வாங்குகிறேன் !

அன்பின் அடையாளமே

என் கண்விழியே
உயிருக்கு உயிராக நேசித்த காதல் கலைந்து போக
உன்னிடம் பேசித்தீர்த்த நாட்கள் தீர்ந்து போக
உன்னிடம் நான் எதிர்பார்த்தவை எல்லாம்
எரிந்து போக
நான் கண்ட கனவுகள் கலைந்து போக – நீ
மறைந்து போக – ஆனால்
நீங்காமல் நீந்துகிறேன் – உன்
நினைவுகளில் !

நீயும் நானும்

அன்று: 01-04-2021
அன்று என்னை ஏமாற்றுவதற்காக நீ பொய்யாக என்னை வெறுத்தாய், நானும் உன்னை ஏமாற்றுவாதற்காக நானும் பொய்யாக வெறுத்தேன் - இருவரும் ஒரே நேரதில் ஒன்றாக சிரித்துக் கொண்டிருந்தோம் – ஆனால் அது உண்மையாகும் என ஒரு நாளும் சித்திக்கவில்லை என் மனமே

இன்று : 01-04-2022
இன்று என்னை நீ உண்மையாக ஏமாற்றி, மறைந்து சென்றாய். நான் நினைவுகளின் கண்ணீரில் மிதந்து சென்றேன். இருவரும் சிரித்துக் கொண்டிருந்த அதே நேரதில், இன்று நான் மட்டும் அழுதுகொண்டிருக்கிறேன் உன்னை என் நிழலாக நினைத்தேன், நீ நினைவுகளை நிறந்தரமாக்கிச் சென்றான். இது காவியாம் இல்லை என் கனவு கலைந்த நாள்.. என்றும் உன் நினைவுகளிலே தொடரும் என் பயணம்.

கண் மூடா விழிகள்

கண்ணே, உன்னை காண ஏங்குகிறேன்
ஏங்கி நானும் தொலைகிறேன்
உணர்வுகளை உணர்ந்த எனக்கு – உன்
இதயத்தில் நான் இருப்பதை உணரவில்லை
உணர்ந்த பிறகு நீ இல்லை-இப்போ
என் இதயாதில் நீ மட்டுமே நிறைந்திருக்கிறாய்
நீ என்றும் என்னுடன், என் நிழலாகவும்,
நினைவுகளாகவும் இருக்கிறாய்
விலாசம் வந்ததும் விரைந்து வருகிறேன் என்
பொன்மணியே !

நான் கலையாகிறேன்

நான் சிலையாகிறேன்
சிற்பி இல்லாமல் – என்னவளின்
ஒரு கண்ணசைவில்.

பறந்த மனம்

மழையில் நனைந்த பறவையாய்
தினம் தினம், அலைகிறேன் – என்னவளே
உன்னை நான் பிரிந்ததால்

பத்திலிருந்து ஒன்று

பத்து மணி ஆகியும் உறங்காமல்,
ஒன்பது நவகரங்களையும் சுற்றி,
எட்டு நாட்களாக விரதம் இருந்து,
ஏழு நவரச இசைகளை மறந்து,
ஆறு சுவைகளையும் உணராமல்,
ஐம்பூதங்களின் வணங்கி,
நான்கு திசையிலும் தேடி,
மூன்று வார்த்தை கூற,
இரண்டு நிமிடம் கேட்டு,
ஒரு பெண்ணிடம் கூறுவது – தான்
காதல்.

உன் மீது கொண்ட காதலினால்

உன் மீது கொண்ட காதலினால் – பல
வழிகளை பெற்றேன் – புவி
தாயின் மடியில் தவிழ்ந்து – பல
பரிசுகளை பெற்றேன் – நீ
தந்த பரிசுகளையெல்லாம் – என்
விழி காணயில் – என்
வலி வழிமறந்து போயிற்று – இவையெல்லாம்
உன் மீது கொண்ட காதலினால் ...

நேர் - எதிர்

இரு துருவங்களை கொண்ட
ஒரே விசையை நோக்கி
வைத்தால் விலகிக் கொல்லும் – அதனை
எதிர் எதிர் திசையில் வைத்தால்
விரைந்து இணைத்துக் கொள்ளும் – அதேபோல்,
அன்பு, காதல், இரக்கம், பகிர்தல், இவை
அனைத்தையும்
இருவரும் பகிர்ந்துக் கொண்டால், அதற்கு
மதிப்பு குறைந்து போகும், ஒருவர்
எதிர், எதிராக இருப்பின் – அதன்
உண்மையான அன்பினை – உன்
கடின கால கட்டங்களில் தானாக
உணருவாய் ...

உன் காவலனாய்

நான் கவிஞனாய் எழுதவில்லை – உன்
காவலனாய் எழுதுகிறேன் – உன்னை
என் கண் விழியினுள் வைத்து
என் விழியை மூடி – உன்னை
பாதுகாப்பேனடி – உன் மூலமாக
இவ்வுலகை காண என்
விழிகள் வீங்க காத்திருக்கிறேன்

என் தேன்

அமுதத்தை நினைக்கிறேன்
தினம் தினம் அழுகிறேன் – நீ
கொடுத்த அவையெல்லாம்
என் நாக்கு மறந்தாலும்
என் மனதில், உன் சுவை
கொண்டே
இருக்கிறது

உதிர்ந்த இலை

மரங்கள் அசைந்தாட – என்
மண் உன்னை தேட – அதில் இருந்த
இலைப் போல் – நீ
ஏன் உதிர்ந்து போனாய் இவ்வுலகை விட்டு

தொடரும் உன் நினைவுகள்

வெங்காய தோளினை உரிக்க உரிக்க
வந்துக் கொண்டிருப்பது போல்
உன்னை நினைக்க நினைக்க உன்
நினைவுகளும் கண்ணீருடன் தொடர்ந்து
தொடர்கிறது என் நினைவின்
தொடர்கதையே !

அழகு

பனியின் அழகை
புல்லில் காணலாம் - உன்
அழகை நிலவில் காணலாம் - என்
அழகை என் கண்ணில் காணவைத்தாய் - என்
அழகின் அமிர்தமே !

நினைவில் மிதக்கும் மீன்

என் தங்க மீனுக்கு
நீ பல்லாங்குழி விளையாடியதும் - அதனை
கண்டதும் என் கண்ணத்தில் குழி - நீ
கிள்ளி விளையாடி மகிழந்த - நீ
ஏன் கிளியாக பறந்து சென்றாய்
கண்ணக் குளியினை - நீ
கண்ணீர் குளமாக்கி - அதில்
நினைவுகள் என்ற மீன்களை - நீ
மிதகிக செய்து விட்டு, அதில்
நிராக இருந்த நீ - ஏன்
ஆவியாகி மறைந்து போனாய் - என்
அன்பு கிளியே

என் உயிர் எழுத்துக்கள்

என் தேவதையே
நீ என்னை நினைக்க வில்லை – நான்
உன்னை மறக்கவில்லை – பகலில்
நிலவு தெரிவதில்லை – என்
கனவில் நீ வருவதில்லை – இருப்பினும்
உன்னை நான் காண்கிறேன், எப்படி ?
என் உயிர் எழுத்துக்கள் மூலமாக – என்
வைரமே !

தொலைவில் ஒரு தேவதை

தொலைவில் இருக்கும்
உன்னை கண்டதும்,
ஆற்றை கடந்து வந்தேன்,
நதியில் நீந்தி வந்தேன்,
காடுகளை கடந்து வந்தேன் – உன்
அருகில் வந்ததும் – உன்னை
தேவதை என்று தேவர்
எடுத்துக் கொண்டான்

மாயக் கண்ணாடி

காலையில் கண்விழித்து கண்ணாடியை
பார்த்தேன் – அதில்
என்னை காணவில்லை, நான் கண்டது –
என்னவோ
உன் முகத்தையும், உன் நினைவுகளும்
நிழற்படங்களாக – ஓடியதையும்
நான் மலைத்து பார்த்துக் கொண்டிருந்தேன் – என்
கைகளால் தொட்டு பார்த்தேன் – நீ
ஏன் கோபித்துச் சென்றாய் ?
மீண்டும் உன்னை சந்திக்கையில் உனக்கு – நான்
என் கண்களில் மின்மினியை காண்பிப்பேன் –
என்
கண்மணியே !

காக்கும் காக்கி

நீதியின் ஒரு பாதி,
மக்களின் நண்பன்,
தூரத்தில் கட்டபொம்பன்,
சேவையின் நாயகன் – யார்
எம் காக்கியின்
காவலனே.. !

ஆயுதம் இல்லா போர் வீரனே

தாம் அசுத்தமாக்கி – தன்
கால் வைக்கும் இடம் சுத்தமாக்கும் – எம்
சொந்தங்களே – உங்களின்
கைகளில் நாட்டில் பெருமை – எங்களை
நுண்ணுயிரிகள் நுகராமல் பாதுகாக்கும்
காவலர்களே – எல்லையில்
துப்பாக்கியுடன் நாட்டை பாதுகாப்பது போல்,
ஆயுதம் இல்லாமல் நாட்டில் மக்களின் உயிரை
காக்கும் உங்களை என்றும்,
வணக்குகிறேன்...

மூன்றாம் கண்

பக்கம் பக்கமாய் எழுதுவதில் பாரதி – நீ
உண்மையை உரக்க சொல்வதில் அரிச்சந்திரன் – நீ
கேள்வி கேட்பதில் பெரியார் – நீ
பதில் ஆராய்வதில் கலாம் – நீ
பேரிடர் காலத்தில் போராளி – நீ
தொகுப்பதில் ஆனந்தரங்கன் – நீ
வரிகளில் உலகை தாண்டி
காணவைக்கும் மூன்றாம் கண்
நீ

நிலவின் நிழல்

ஓர் உயிரியை உயிராக மாற்றும் – எங்கள்
உயிர் நீங்கள்
நீங்கள் இல்லையெனில் இவ்வுலகம் இல்லை
– அப்படியே
இருந்தாலும் அது உலகமே இல்லை
பெண்களை நிலவிடம் ஒப்பிடாத கவிஞர்
இவ்வுலகில் உண்டோ
நீங்கள் தரும் அன்பில் நீங்ககாத – மன
நோய்கள் உண்டோ
பெண்களின் இன்ப முகத்தில்- நிலவின்
அழகை பகலிலும் காணலாம்
பெண்கள் அன்பு என்னும் குடையாக
இருப்பதால் – நாங்கள்
மகிழச்சி என்னும் நிழலில் நிற்கிறோம்
உங்களின் வலியில் எங்களின் விழியில் – நீ
இவ்வுலகை காண்பித்தாய்
உங்களை நாங்கள் என்றும் எங்களின்
விழிகளில் பாதுகாப்போம்

என் தமிழ் அம்மா

அன்புள்ள அம்மா !
உங்களின் அன்பிலே என்னை தொலைத்தேன் –
என் அம்மா
உங்களின் அழகிலே பார்வை பெற்றேன் – என்
அம்மா
உங்களின் சிரிப்பிலே குயிலின் ஓசையை
கண்டேன் – என் அம்மா
உங்களின் பேச்சில் வைரமுத்தை கண்டேன் –
என் அம்மா
உங்களின் பாசத்தில் என் அன்னையை கண்டேன்
– என் அம்மா
உங்களின் பாடம் எடுக்கும்போது, பகுத்தறிவை
கண்டேன் – என் அம்மா
உங்களை நினைதேன், வரிகள் நின்றது – ஆனால்
மனம்
உங்களை காண கண்கள் ஏங்குது
உங்கள் மகனாக எங்களை நினைக்க மட்டும்
இல்லாமல், உண்மையாக கருதினீர்கள் என்
அம்மா
மீண்டும் நான் மாணவராக, நீங்கள் ஆசிரியராக –
இல்லை
நான் மகனாக நீங்க என் அம்மாவாக

அன்பை கொடு

உனக்கு கொடுக்க தெரிந்த – இறைவனுக்கு
எடுதுக்கவும் தெரியும் – ஆனால்
அவன் கொடுத்ததை பிறருக்கும் கொடுத்தால் – நீ
இறைவனிடம் நற்பணி செய்யப்படுவாய் –
ஆனால்
நீ தவறினால் எமனிடம் எருமை
மேய்க்கப்படுவாய்

அ முதல் ஃ வரை

அறிந்தவன், அறியாதவன்
ஆடுனவன், ஆடாதவன்
இறைவன், இறையாதவன்
ஈன்றவன், ஈன்றாதவன்
உழுதவன், உழவாதவன்
ஊழல் செய்தவன், ஊழல் செய்யாதவன்
எதிர்பார்த்தவன், எதிர்பாக்காதவன்
ஏறு புடிச்சவன். ஏறுபுடிக்காதவன்
ஐம்புலங்களையும் அடக்கியவன்,
ஐம்புலங்களையும் அடக்காதவன்
ஓடுனவன், ஓடாதவன்
ஓங்குனவன், ஓங்காதவன்
ஔவையார் போல் நடிச்சவன், ஔவையார்
போல் நடிக்காதவன்
எஃவால் எடுத்தவன், எஃவால் எடுக்காதவன்
எவராக இருப்பினும் இறுதியில்
எங்கு இருந்து நீ அனுப்பட்டாயோ
அங்கேயே திருப்பி சென்று விடுவாய் – ஆனால்
நீ அளித்த, அன்பு, கருணை, செய்த உதவி
என்றும் அழியாது
உதவுங்கள் உயர்ந்திடுங்கள்

எம் மொழி

என் தமிழே
நீ என்றும் பன்மொழி – அதில்
கூறு உன் பொன் மொழி
காலம் கடந்தது மட்டுமல்ல – எம் மொழி
கடலும் கடந்தது என் தமிழ் தாயி
எனக்கு தாய் மொழி நீ – மொழிக்கெல்லாம்
தாய் அது எம் மொழி – அது
என்றும் என் தமிழ் மொழி
பல யுகங்கள் கடந்ததும், பல மொழிகள்
பிறந்ததும், ஆனாலும் – அதற்கு
இலக்கணமே எம் மொழி – அது
தமிழ் மொழி

என் அன்பு எச்சரிக்கை

என் அன்பு இதயங்களே
நீ மதுவை மறக்க வேண்டும் – இல்லையெனின்
உலகம் உன்னை மறந்து போகும்
ஆல்கஹாலை முழுவதும் அகற்ற
வேண்டும் – இல்லையெனில்
அகல குழியில் படுக்க நேரிடும்
போதை உணர்ச்சியை உதரிவிட
வேண்டும் – இல்லையெனின்
உடம்பு உயிரை உதரிவிடும்
தண்ணி போடுவதை தடுக்க வேண்டும்
– இல்லையெனில்
இறுதியில் தூக்கிட்டு போவதை
நினைக்க வேண்டும்
சோமபானத்தை நீ அருந்து – நீதான்
எமனின் அடுத்த விருந்து
மதுவை மற மனைவியை நின
குடியை ஒலி குடும்பத்தை நேசி
இது கவிதை இல்லை – என் அன்பு
கட்டளை

உயிர் கொடுத்த உயிர்

வாழக்கை என்னும் படகில்
நான் பயணிக்க !
காதல் என்னும் பாறையில் மோதி
வாழக்கை என்னும் படகு மூழ்க
நட்பு என்னும் தக்கை வர
அதனை பிடித்து நான் மேலே வர
என் உயிரை காத்தது இல்லமால் – ஓர்
துடுப்பாகவும் செயல்பட்டு – ஓர்
நல்ல கரையில் சேர்க்கும் ஓர் உறவு
நட்பு !

இரு மலர்கள் மலர்ந்த நாள்

இரு மலர்கள் மலர்ந்தது
மகர்ந்த துகள்களை பகிர்ந்து
துகள்களை தூண்களாக மாற்றி – அதன்
தூண்களை கோபுரங்களாக, மாற்றிய – நீங்க
அதில் தெய்வங்களாக மாற்றிய – நாங்கள்
என்றும் உங்களை வாங்குகிறோம்

இயற்கையின் எச்சரிக்கை

மலையின் அழகை கண்களில் மட்டும்
கண்டு ரசிக்க தெரிந்த நமக்கு – அதன்
அருமையை அறிய மறந்து விட்டீர்கள் – அதனை
அறிந்தவன் ஆராய தொடங்கினான் – அதில்
உள்ளிருக்கும் கனிம வளங்களையும் – வெளியில்
பசுமை பொன்னாடையும் – அனைத்தையும்
வெளி நாட்டிற்கு காணாமல் ஆக்கினான் –
காணாமல்
போனது வளங்கள் மட்டுமல்ல மனித இனமும்
தான் – பின்
தேடினான் தேடல் மட்டுமே மிஞ்சும் –இது
இயறக்கையின் எச்சரிக்கை !

விதைத்தும் விலையில்லை

மருதத்தில் மண்டியிட்டு
மண்ணில் விதையிட்டு
மாரி விருந்தாளியாக வர
இறைவனை வேண்டி
விதைத்த விதையெல்லாம்
விலையில்லாமல் போக
விவசாய நிலங்கள்
விலை நிலங்களாக மாற
அனைவருக்கும் உறங்க இடம் கிடைக்கும்
உண்ண உணவு இருக்காது
உணருங்கள், உயர்த்துங்கள்.

விலைநிலங்களை காப்போம்
விவசாயிகளை மதிப்போம்

காற்றிலும் நீ

ஜன்னல் ஓரம் நான் அமர்ந்திட
சில்லென்று காற்று வீசிட
உன் நினைவை நான் நோக்கிட,
நீ என்னை மறந்திட,
தேடினேன் தேவதையை, - பின்பு
தெரிந்தது – நீ காற்றில்
கரைந்து தீண்டி சென்றதை.

நட்பின் நயம்

இருளில் மூலகி இருக்கும் அண்டார்டிக்கா
சூரிய வெளிச்சம் காண மூன்று மாதங்கள்
ஆகலாம் – ஆனாலும்
அங்கு மக்களின் வீடுகள் வெண்ணிற பட்டாடை
உடுத்தப்பட்டு அலங்கரிக்கப்படுகிறது –
அதுபோல
மனதிற்குள் ஆயிரம் கவலைகள் வைத்துக்
கொண்டிருந்தாலும்
தம் நண்பர்களை காணும்போது – தன்னை
மகிழச்சி மழையில் நனைந்து போகிறது.

மலையேறும் மங்கை

மலையேரும் மங்கையே
உன் வலிமையில் அந்த
மலையே உன்னிடம் மண்டியிட்டு
தன் மீது ஏரி சென்று – உன்
வெற்றி பாதையை தொடரு,
சிறு சிறு தடுப்புகளை கண்டு
அஞ்சாதே ... உன் அக்னி பார்வையிலையே
அது கரைந்து காணாமல் போகும்,
நீ எறிச்செல் உன் எதிரிகளை
நீ நோக்கி செல் உன்னை எதிர்பர்பவர்களை .

மலைதுளியிலிருந்து கடல் வரை

வானத்திலிருந்து வந்த மழைதுளியாக – நீ
புவியில் ஒரே இடத்தில் நிற்கும் குட்டையாக – நான்
இவை இணைந்து ஓடும் நதியாக – நாம்
கடலில் கலந்தோம் – என்னை
உப்பாக்கும் நீ ஆவியாகி – ஏன்
விண்ணில் கலந்தாய்

இயற்க்கையில் இணைந்திடு மனதை மறந்திடு

“மனதில் மயங்கிடு இதயத்தில் இணைந்திடு” என் இயறக்கையின் தாயே .. என சேவலின் அழைப்பிறக்கு பிறகு தனிமையில் கண்ணன் இனிமையான குரலில் பாடிக்கொண்டே இயற்கையையும், குயிலின் ஓசையையும் சூரியனின் குளிர் வெயிலையும் ரசித்துக் கொண்டு, சிறு புன்னகையுடன் வயல்களில் நடுவே வரப்பில் மெதுவாக நடந்துக் கொண்டு சென்றான். கண்ணனுக்கு கண்ணகி என்ற மனைவியுடன் கலை என்ற மகளும் உள்ளார்கள். கண்ணகி வீட்டையும் தோட்டத்தையும் கவனித்து வருகிறாள் கலை பத்தாம் படித்து வருகிறாள்.

ஒரு நாள் கண்ணன் தோட்டத்திற்கு நீர் பாய்ச்ச சென்றுக் கொண்டிருந்தான் அப்பொழுது சாலையின் ஓரத்தில் பசுமையாக ஏதோ இருப்பதை கவனித்தார். அருகில் சென்று பார்க்கும்போது பசுமையாக குப்பையின் உரத்தில் சிறிது ஈரப்பதத்திலிருந்து உருவாகிய வாழைக்கன்று இருப்பது தெரியவந்தது.

அதனை பாதுகாப்பாக தனது தோட்டத்திற்கு எடுத்துச் சென்று நட்டு வைத்தார். அதனை தினமும் அவரும், அவரது மனைவியும் பராமரித்து வந்தனர்.

ஒரு நாள் தோட்டத்திற்கு நடந்து சென்றுக் கொண்டிருந்தார் கண்ணகி. அப்பொழுது திடீரென்று

மயங்கி கீழே விழுந்தாள். அப்போது அருகில் இருந்தவர்கள் மருத்துவமனைக்கு தூக்கிச் சென்றனர். பின்பு அங்கு வந்த கண்ணனும், கலையும் மருத்துவரை பார்த்தனர். அப்பொழுது அவருக்கு சிறுநீரகத்தில் கோளாறு இருப்பதை கூறினர், வலி அதிகமானதால் மயங்கி விழுந்துட்டாங்க இனி பாதுகாப்பாக அதிக ஓய்வு எடுத்துக்கனும் நடக்க கூடாது என அறிவுரை கூறினார் மருத்துவர்.

பள்ளிக்கு சென்று கொண்டிருந்த கலை இடையில் புத்தகத்தை வாங்கிக்கொண்டு நின்று வீட்டையும் கண்ணனையும் பார்த்துக் கொண்டு இருந்தாள். கண்ணனும் தோட்ட வேலையை கவனத்துடன் பராமரிக்க முடியவில்லை. கண்ணகியை குணப்படுத்த உறவினர்களை பண உதவி கேட்டு நாடினார். ஆனால் உறவினர்கள் அவனை தனிமையில் உதறிவிட்டனர். கண்ணன் மனம் உடைந்து தோட்டதிற்க்கு நீர் பாய்சுவதற்காக சென்றார். அப்பொழுது வாழைக் கன்றை கண்டார் கண்டதும் அதனை கண் இமைக்காமல் அதன் பசுமை இலையினை பறித்து மகிழந்தார்.

அன்று காலையில் கலை தனது புத்தகத்தை வீட்டிலிருந்துக் கொண்டே பயின்று வந்தாள். அதில் இயற்கை வளங்களும் அதன் பயன்களையும் ஆர்வமுடன் படித்தார். திடீரென்று அப்பா வந்தார். வந்ததும் எனக்கு பசிக்குது சாப்பாடு எடுத்துட்டு வாமா என்று கலையிடம் கூறினார். கலை வீட்டிலிருந்த "பழைய சோறும்", பச்சை மிளகாயும் கொடுத்தாள். பச்சை மிளகாயை பார்த்ததும் பசுமை வாழை இலை நினைவில் வந்தது. கலையிடம் வாழைக்கன்று மரமானதை கூறினார். கலையின்

மனதில் வாழையின் நன்மைகளை பற்றி படித்தது நினைவு கூர்ந்தார் அதில் பழம் உள் உறுப்புகளின் புண்களை ஆற்றும் மல மிளக்கும் உடலைப் பலப்படுத்தும் வாழை இலையில் உணவு சாப்பிட உடல் ஆரோக்கியம் பெரும் வாழை வடி நீரை குடித்து வர சிறுநீரக கோளாறுகள் குணமாகும்.

இதனை அனைத்தையும் அறிந்துக் கொண்ட கலை அவரது அப்பாவிடம் கூறினாள். தனது மனைவியின் முகத்தை பார்த்துக் கொண்டே எழுந்து தோட்டத்திற்க்கு சென்றார் அங்கு வாழை மரத்தை பூவும், பழமும் காய்தது தொங்கிக் கொண்டு இருப்பதை கண்டதும் கலை கூறியதை நினைத்தார்.

அதனை வீட்டிற்கு எடுத்துச் சென்று கலையிடம் கொடுத்து சமைக்க சொன்னான்.

வாழையிலையில், வாழைப்பூ வடை, வாழை தண்டில் செய்த கூட்டு, வாழைக்காயில் செய்த பஜ்ஜி இவை அனைத்தையும் அருமையாக தன் அப்பாவுக்கும், அம்மாவுக்கும் பந்தியில் பகிர்ந்தாள்.

தன் அம்மாவுக்கு சிறுநீரக கோளாறுகளை நீக்க மருந்தாக வாழைத்தண்டு தண்ணீரும், வாழைதண்டு சூப்பும் தினந்தோறும் அவருக்கு கொடுத்துவர கண்ணகியின் உடம்பில் பல நல்ல மாற்றங்களை கண்டார்கள். ஊர் மக்களும், உறவினர்களும், ஆச்சிரியப்பட்டார்கள். முழு உடல் நலம் பெற்று மகிழச்சியாகவும் இயற்கையுடன் இணைந்து வாழந்து வந்தார்கள்.

சிறுகுறிப்பு

இயற்கை நமக்கு அனைத்து நோய்களுக்கு உண்டான மருந்தாக செயல் படுகிறது. ஆனால் மனிதர்கள் அதன் மருத்துவக் குணத்தை சீர் குலைத்து விட்டு மருந்து கண்டு பிடிக்கிறார்கள். இதனால் பல புது நோய்கள் பரவி உள்ளது. "நீ எங்கு தேடினாலும் காணப்படுவாய் இயறக்கையின் இமையில்"